हितगुज

शरीराची आत्म्याशी

डॉ. ज्युथिका लघाटे

INDIA • SINGAPORE • MALAYSIA

ISBN 979-8-89233-418-1

॥ श्रीराम प्रसन्न ॥

समर्पण

हे पुस्तक मी माझ्या पालकांना, कै. आल्हाद पेंढारकर व कै. श्रीमती अनुजा पेंढारकर यांना समर्पित करते. त्यांच्या पाठिंब्यामुळे व संस्कारांमुळेच मला इंग्रजी शिकवण्याची प्रेरणा मिळाली व लेखना बद्दल एक अतीव ओढ निर्माण झाली. आयुष्यातील चांगल्या वाईट अनुभवांचा तसेच माझ्या जिज्ञासु स्वभावाचा देखील खुप फायदा झाला.

माझे आजी आजोबा, कै. तारा पेंढारकर व कै. डॉ. उमेश पेंढारकर हे सतत समाजासाठी कार्यरत राहिले. त्यांची शिकवण ह्या पुस्तकाची प्रेरणा स्त्रोत ठरली.

हा प्रयत्न मी ईश्वर चरणी अर्पित करते. तसेच मनापासून माझे पति, श्री कपिल लघाटे, यांचे ही आभार मानते. कपिलने वारंवार मला लिहिण्याकरिता सक्षम प्रोत्साहन दिलं.

धन्यवाद!

आपली कृपाभिलाषी,

डॉ.ज्युथिका लघाटे

अनुक्रमणिका

प्रस्तावना

'हितगुज'- आत्म्याची शरीराशी!

हा संवाद आहे एका शरीरामधल्या गुदमरलेल्या आत्म्याचा तो आपल्या तनुला साद घालतो की मला फुलु दे, जगू दे. असे रोज समाजाच्या बेड्यांमधे मला होरपळून टाकू नकोस.

'जीवंत शरीरामधील मृत आत्मा... आधुनिक जीवनाचे कटु सत्य!''

आपल्यापैकी अनेकजण दररोज लोकांना, समाजाला खुश ठेवण्यासाठी स्वतःला हरवतात स्वआत्म्याचा प्रकाश विझवून टाकतात. अगदी कठोर सत्य मांडायचे तर. फक्त शरीरालाच हामी देतात.

आत्मा काही आम्हाला दिसत नाही बुआ. त्याचा आकार काय? तो शरीरात कुठे वास करतो? आम्ही त्याचे ऐकायचे की आमच्या बुद्धिचे?

हितगुज हे पुस्तक चिरंतन आत्म्याची, तेजोमय अस्तित्वाची कहाणी आहे. हा दुर्लक्षीत आत्मा खर तर आपल्या आयुष्याचा कणा आहे.

आपल्या वैदिक संकल्पने नुसार तो 'द्रष्टा' आहे. 'अमर' व 'अमर्त्य' आहे. निरंतर जाज्वल्य प्रोत आहे.

पण आधुनिकतेच्या नावाखाली या आपल्या खऱ्या अस्तित्वाला आपण विसरलो आहे. आपल्या प्रत्येक सुख

दुःखात तो आपली साथ देतो, भयाण अंधारात देखील प्रकाश दाखवतो. कधी विचार केला आहेत का? जेव्हा आपण एखाद्या निर्णयाबद्दल किंवा गोष्टी बद्दल साशंक असतो, तेव्हा आतून एक खोल आवाज आपल्याला त्वरित मार्गदर्शन करतो आणि लोप पावतो.

असे असून देखील, बरेच लोक, नाही नाही त्या अघोरी मार्गांनी, स्वतःशी न संभाषण साधता, भूत, प्रेतात्म्यांशी संपर्क साधतात. माझ्या लेखणीद्वारे मला हा अतिशय मोलाचा संदेश द्यायचा आहे की असे भयानक उपाय करण्यापेक्षा, स्वतःच्या आत्म्याशी हितगुज करा, संवाद साधा. तुमच्या आत दडलेला हा तुमचा करूणामय सुहृद आहे.

त्याची साथ संगत व एकोपा सगळे काही भरभरून देऊन जाईल.

ही हितगुज, निरंतर, सजीव व चैतन्यपूर्ण असेल !

धन्यवाद !

डॉ. ज्युथिका लघाटे

२. तुझ्यातला 'तुला' का दबावाखाली चिरडून टाकायचे?

'आतली पोकळी पुटपुटली'...

पहाटेचे तीन वाजले होते. घडाळ्याचे ठोके ठण ठण करत होते. बाहेर धोधो पाऊस कोसळत होता. मातीचा परिमळ..मला व माझ्या शरीराला, जीवा शरमाला, उठवून गेला. जीवा म्हणाली, "काय मस्त पाऊस निनादतो आहे. पण तीन वाजले आहेत. कितीही वाटलं तरी बाहेर काही जाता येणार नाही. हे काय, साधा पाऊसाचा आनंद पण उपभोगता येत नाही."

मी पटकन प्रतिउत्तर मांडले. जीवा, तू हे सगळे विसरून का जात नाहीस? एक काम कर. गच्चीवर धावत धावत जा. त्या शीतल वर्षा धारांचा पुरेपुर आस्वाद घे. तसे ही, पाऊस तुला दिव्यच वाटतो, नाही का?

जीवानी फाडकन उत्तर दिले. तू (आत्मा) कायमच जगाच्या विरूद्ध बोलतोस. आत्ता जरका गच्चीवर पाऊसात बागडताना दिसले, तर सगळे मला वेडी ठरवतील, म्हणतील, ही काय चाळीशीतच सरबरली की काय? मला युवती सारखे बालीश आनंद लुटायचा हक्क नाही. अशी डौलदार स्वप्ने पहाणे पण गुन्हाच आहे या समाजासाठी. मी तर बुआ, एक सरळ, साधी, भारतीय नारी.

माझे डोळे पाणावले. अश्रु माझ्या प्रकाशात लखलखीत वाटत होते. मी अगदी मिणमिणत्या आवाजात जीवाला म्हणालो,

जीवा, ऐक, हे बाह्य जग कठोर आहे. पण त्याला सतत खुश करण्याची त्याच्या मनाप्रमाणे वागण्याची गरज नाही. मी तुझा, तुझ्या असण्याचा, आनंदाचा, स्वप्नांचा, आशा-आकांक्षांचा पाठीराखा आहे.

लोकं मला 'आत्मा' या फक्त नामानी संबोधतात. पण खरं तर, तुझे सौंदर्य हे मीच आहे. तू जो हर्ष, बाहेरच्या विश्वात, जनात, काना-कोपऱ्यात शोधत आहेत, तो तुझ्याच शरीरात, माझ्या 'तेजकोषात' दडलेला आहे. माझी प्रकृति व स्थायी भाव हा निःशंक, निरंतर व निराकार आहे.

मला फक्त तुझा चिरंतन आनंद व समाधान हेच हवे आहे. हे बघ, या सगळ्या जगाच्या बेड्या, ताण विसरून जा.

या सगळ्या मानसिक गुंत्यामुळे, फक्त समाजाला हामी भरण्यासाठी तू मात्र दररोज माझं तोंड दाबून मला मार देत आहेस. नित्य, थोडे-थोडे गुदमरायला लागले आहे.

हे पहा, पाऊस किती बिंधास्त पणे कोसळतो आहे. झाडा झुडपांना न्हायला घालतो आहे. तू आता घाबरू नकोस. गच्चीवर जा, मनाचे दरवाजे सताड उघड, भीती गिळून टाक. मनसोक्त पणे भीज, पाऊसाच्या नादाशी एकरूप हो.

तुझ्या चपलांचा आवाज अगदी लहान मुलांच्या बुटांच्या आवाजा इतका गोड वाटतो आहे. तुझ्या पायातले पैंजण मंजूळ

पणे नाचत आहेत. तुझा गुलाबी झगा पूर्णपणे भीजून ओथंबतो आहे.

या सगळ्या मध्ये ठळक आहे ते म्हणजे तुझे विशाल स्मित हास्य. एखाद्या अभिनेत्रीला पण लाजवेल असे.

मी फक्त माझ्या चेहऱ्या विरहित अंतःकरणानी तुझ्याकडे एक टक पाहतो आहे. त्या निखळ हास्याचा, प्रफुल्लीत व्यक्तिमत्त्वाचा मधुर आस्वाद घेत आहे.

जीवा, मला सांग आता तुला कसं वाटतय? मला विचारशील तर, ही निसर्गाची वर्षा मला एका अमृत प्राशना-सारखी वाटत आहे. मी, तुझा आत्मा, कित्येक वर्ष, तुझ्या भीडस्तपणाचा, दुःखाचा मुकामार सहन करत आहे. तू गळून गेलीस की मी आणखीन क्षीणून जातो, पण हे दुःख या वेदना, म्हणजे मी नाही. माझा स्थायी भाव म्हणजे 'परमानंद'-माझी स्वाक्षरी... म्हणजे समाधान.

माझ्या मालकीणीने, जीवा शरमाने, सुटकेचा निःश्वास टाकला. हो रे माझ्या आंतरिक जीवा. मला ही फार घाण सवय आहे. सतत, तुझी स्वप्न मारायची. मी, किती ही खिन्न असले, तक्रार करत असले, तरी तू मात्र, सतत हसतमुख व हल्का फुलका असतोस.

मला माहित आहे, इतके वर्ष तू अनेकदा पाऊसात भिजायची इच्छा व्यक्त केलीस. पण मी मात्र हृदयावर दगड ठेवून बुद्धिवादी असल्याचा आव आणत, तुझी साद फेटाळून लावायचे.

मनुष्यप्राणी हा असाच असतो. त्याची मेधा त्याच्या अंतरमनावर पगडा ठेवून असते. जसा तो सुंदर पक्षी पिंजऱ्यात बंदीस्त असतो तसा आत्मा शरीररूपी पिंजऱ्यात कसा बसा श्वास घेत असतो. पण मी आणि माझ्या सारखे लक्ष जन, तुझ्या तेजाला मानतच नाहीत. आम्हाला वाटते की आमचे (म्हणजे शरीराचे) चोचले पुरवले म्हणजे झाले काम फत्ते.

आज आनंदाच छोट गुपीत कळलं. तो क्षण, त्या क्षणभरात कोसळलेला तो पाऊस आणि त्यात निर्धास्तपणे भिजल्यानंतर सुख व सुटका तात्पूर्ती का होईना.

जन समुदाय, प्रश्नांच्या चक्रव्युहामध्ये अडकलेला असतो. ज्यांचा दृढ विश्वास असतो की आपल्या आत एक तेजोरूपी आत्मा वास करतोय, त्यांना अनेक शंकेखोर लोग, प्रश्नांनी बेजार करतात. जसे आत्मा कुठे राहतो शरीरात? त्याचाआकार काय? वगैरे वगैरे.

मंडळी! तुम्हाला असा एक खोल आवाज ऐकू येत नाही का मनाच्या कोपऱ्यातून जेव्हा तुम्ही काही कार्य करत असता किंवा संभ्रमात असता? आता मी तुमच्या पुढे, माझ्या शरीराचा (जीवा शरमाच्या) आयुष्याचा बराज काही खुलासा करणार आहे. तेव्हा तरी तुम्हाला विश्वास बसेल, की तुम्हा प्रत्येका मध्ये दिव्य आत्मा स्थित आहे.

आम्ही आत्मे, तुम्हा प्रत्येकाच्या काये मध्ये हृदयाच्या पाठीमागे वास करून असतो. आमचा आकार, हाताच्या अंगठ्याचा पेरा इतका असतो. जर का तुमचे शरीर ऊंच मेणबत्ती

म्हणून विचारात घेतले तर आम्ही ज्योत मात्र आहोत जी चिरकाळ तेवतच रहाते. या आमच्या छोट्याश्या देहाला प्रत्येक संवेदना, वेदना व प्राणशक्ती ही जाणवतच असते.

हे कुठले गुढ विज्ञान नाही, हे सृष्टीचे निर्भेद सत्य आहे.

माझी सहचारिणी, जीवा शरमा, ही या जग रहाटीमध्ये होरपळून गेली आहे. तुमच्या पैकी ही कित्येक स्त्री पुरूष या जग रहाटीत, संसाररूपी, तांडवात चिरडले जात असतील.

मुळात जीवा, खूपच निरागस, हसरी, जरा गुबगुबीत अशी मध्यमवर्गीय पण अत्यंत श्रीमंत स्वप्न असलेली चाळीशी गाठलेली स्त्री आहे. पंजाबी घरात जन्माला आलेली, जात्या अतिशय मोकळे विचार असलेली महिला. चार चौघांसारखी कष्ट करून, कॉलेजमध्ये शिक्षिकेची नोकरी करत आहे. तिच्या वेगळ्या, स्वभावामुळे, वजनामुळे, तिला नातेवाईकांचे टोमणे, समाजाकडून निंदा ही बऱ्याच वेळा भोगायला लागते.

तिच्यातले चैतन्य अर्थात माझे (आत्म्याचे) चैतन्य कुणाला ही उमगत नाही. लोक तिला नेहमीच्या मोजमापात अडकवून टाकतात. तिचा श्वास, तर घुसमटतोच, पण माझा जास्त.

ही सगळी लोकं, तिच्यातल्या तिला चोरून नेण्याचा घोर प्रयत्न करत आहेत. त्यांच्या मते, तिने भावनाशून्य, चार चौघांसारखे शिस्तबद्ध, रोजचेच जगले पाहिजे. पाण्यासारखं वाहणं, फुलासारखं उमलणं त्यांना कदापी मान्य नाही.

पण लोकहो, तुम्हा प्रत्येकाचा जन्म हा फुलण्यासाठी झालेला आहे. नाहीतर परमेश्वरानी फक्त शरीरच दिले असते, आत्मा प्रदान केला नसता.

आम्ही आत्मे, तुमच्या जीवनाचे कंदील आहोत. आंधारात प्रकाश दाखवणारे, दुःखात हर्ष निर्माण करणारे. स्वप्नहीन असताना स्वप्नप्रोत करणारे.

मग, खरच, आमचे अस्तित्व अमान्य करणे योग्य होईल का? एखादा पाण्याचा धबधबा, निरंतर वाहतो आहे, त्याला नाकारता येईल का?

हेच जीवाला मी आज सांगितले. मी तुझे अविभाज्य अंग आहे, त्याला झटकू नकोस, दाबून टाकू नकोस. मी श्वास घेऊ शकलो नाही तर तुला जीवन रूपी चैतन्य कसे लाभणार?

असे माझे चार शब्द, चार तासात संपन्न झाले आणि प्रण घेतला की जीवाला प्रत्येक दिवशी तिच्या अंतर आत्म्याच्या सौंदर्याशी व प्रतिमेशी निगडीत हितगुज करणार.

३. जीवा आणि मी, अंतरात्मा

पावसाळा अजुन पूर्ण वेगातच होता. जीवा एकदम उल्हासीत होती. पावसाळा तिचा प्रिय ऋतु. अधुनमधून दुःखाच्या लाटांनंतर एक पाऊसाची सर आली की, आमच्या जीवाबाई एकदम खिदळायला लागत असे. लहान लेकरांसारख्या उड्या मारायच्या आनंदाने.

हल्ली रोजची दिनचर्या उत्तम पाळत होती जीवा. पहाटे उठून आसन, प्राणायाम, दिवसभर कॉलेजमध्ये तास घेणे व संध्याकाळी ६ वाजता लोकलचे धक्के खात दमून भागून घरी येणे. घरी आल्याक्षणी सोफ्यावर थोडा वेळ पहुडणे व लगेच स्वयंपाक घरात, चहा करायला सज्ज. चहा म्हणजे तिच्यासाठी समुद्र मंथनानंतर गवसलेलं अमृतच.

चहा करणे हा एक मोठा पाककृतीचा कार्यक्रम असतो तिचा. अधी अधण ४-५ मिनिटं उकळायचे. कधी आलं तर कधी पुदीना, लवंग, वेलदोडे घालून, त्या वासाचा घमघमाट आल्यानंतरच थोडी चहा पत्ती घालून लगेच झाकण ठेवायचे. शेवटी थोडे उकळलेले दूध घालते, आणि उकळता तो चहा मस्त तिच्या खास मोकळ्या कपात घेऊन, गॅलरीत समुद्राकडे बघत बसते, तिच्या आईनस्टाईनच्या आराम खुर्चीत. हा रोजचा विधि असतो तिचा व आराम खुर्चीत स्थानापन्न झालं की कलात्मक विचार सुचतात तिला.

आज ती खूप प्रसन्न दिसत होती. खळ्या पडलेलं तिचं गोड हास्य, वातावरण सुशोभीत करून गेले. जेव्हा ती खिन्न किंवा काळजीत असते तेव्हा मी देखील आतून ढसाढसा रडत असतो. तिला जेव्हा हर्षवायु होतो तेव्हा मी देखील आतल्या पोकळीत भरारी घेतो.

एवढं तादात्म्य असून तुम्ही का शंका घेता की आम्ही तुमच्या शरीरात जीवंत असतो की नाही?

जीवा चा दररोजचा कठीण, द्रविडी प्राणायाम बघून, मी ठरवले, तिला मनवायचे की आपण गोव्याला जाऊ भटकायला. सात दिवस मस्त धमाल करू. मुंबईच्या कोंदट वातावरणातून मुक्त होऊ. मी काय हे तिला बोलून सांगितले नाही, पण विचारांमार्फत प्रबळरीत्या ती इच्छा तिच्या मनात पेरली.

आम्हाला दोघांना गोवा मनापासून आवडते. विशेष म्हणजे जरा सुट्टी मिळाली की आमच्या जीवा मॅडम, मनापासून खुष होतात. आयुष्याचा आस्वाद घेतात. तिला प्रफुल्लीत पाहिलं की मला अगदी भरून येतं.

आनंदाश्रु उन्मळून येतात. पण माझं रूदन कोण ऐकणार. मी ठरलो, कधीही न दिसणारा, चेहरा नसलेला, एक कोमट प्रकाश असलेला आत्मा.

खरं सांगू मला गोवा खूप आवडते म्हणून जीवा पण लगेच हो म्हणते.

आम्ही दक्षिण गोव्यामध्ये स्थित बेताळबाटीम समुद्र तटावर जायचं ठरवलं.

गोव्यात दक्षिण कुशीत असलेले हे अतिशय टुमदार गाव. इथला समुद्र तट म्हणजे 'शांतीपीठच.' कधीही गर्दी नाही, खूप रम्य झाडी आणि शुभ्र मोत्या रंगाची मऊ वाळू. समुद्राचा रंग हिरवट निळा आणि वेगानी उसळणाऱ्या लाटांचा नाद. एखादा अति खिन्न असलेला ईसमदेखील या समुद्रावर आल्यावर आनंदमय होईल.

अगदी दर तीन महिन्यांनी आमची दक्षिण गोव्यात चक्कर असते. ते आता आमचं 'फार्म हाऊस' झाले आहे.

पुढच्या शनिवारी सकाळी ५ वा निघायचं ठरवलं आमच्या गोव्याला. महाराष्ट्र सीमा ओलांडल्या नंतर कडकडून भूक लागली. बेळगावात नेहमीच्या ठिकाणी थांबायचं ठरलं. मी हळूच जीवाला म्हणालो, पोटभर जेव गं. मस्त गोड वगैरे पण खा. एरवीसारखा संकोच करू नकोस. आम्हाला (आत्म्यांना) आमच्या शरीरानी आनंदी राहिलेले, मोकळा श्वास घेतलेले आवडते.

पण, नेहमी सारखीच जीवा काळजीच्या स्वरात उद्गारली. अरे, अजून ४-५ तासांचा प्रवास बाकी आहे. नको जास्तीचे खायला. चुकून डुलकी लागली किंवा अपचन झाले तर काय?

झालं! परत एकदा ती काळजीच्या ओघात गेली. तिला हे कळत नाही, की मला पण खायची आवड आहे. प्रत्येक वेळा मी माझ्या इच्छा मारतो, कधीतरी चोचले पुरवले तर काय हरकत आहे. थोड्यावेळ मी हुप्प होऊन बसलो. पण नंतर विचार केला, माझे कार्य तिला परमानंदी ठेवायचे आहे, मीच दुःखाची स्पंदने

निर्माण केली तर कसे चालेल? आणि बरेचदा, जेव्हा तिचा अमृतमयी चहा ती ग्रहण करत असते तेव्हा ती आत डोकवून बघते माझ्याकडे, माझ्याशी संभाषण करते, मनातल्या मनात, निःशब्द.

माझी खुमखुमी होतीच, तिच्याशी दररोज एका नव्या विषयावर संभाषण करायची. तिला खरा आत्मिक प्रवास व आध्यात्मिक जीवन म्हणजे काय हे सोप्या भाषेत समजावयाची.

मी हसून विचारले, तू म्हणतेस तू चहाबाज आहेस. पण ही आवड कुणाची आहे? तुझी (शरीराची) की माझी (आत्म्याची)? ती गोंधळून गेली, काहीच बोलू शकली नाही. मग मी अगदी कॉलर उडवत उत्तर दिलं, 'अग वेडे, ही इच्छा आत्मा आणि मनाची होते आणि ती पूर्ण इंद्रिय किंवा शरीर व शरीरातील अवयव करतात.'

हा एक विषय, एका मोठ्या स्त्रोताकडे निदर्शन करत होता. आता दररोज दुपारी आम्ही दोघे जेवण झाल्यानंतर प्रश्न-उत्तरांचा तास घेत होतो. बरेचदा ती म्हणायची, तुझे प्रश्न आणि शंका मला कॉलेजची आठवण करून देतात.

आता मी एक इच्छा मांडली. जीवाला म्हणलं, तुझ्या मित्र-मैत्रिणींना तू विचार की आत्मा असतो की फक्त शरीर? बुद्धी महत्वाची की शुद्ध अंतरात्मा? हल्ली, मला अनेक वेळा अहो आश्चर्याचा धक्का बसतो. जीवा तिच्या विद्यार्थांना आमच्या हितगुजी बद्दल सांगते.

४. जीवा आणि मी, अद्वैताची ओळख

बेळगावला पोटभर, भोजन अटपून गोव्याच्या दिशेने प्रवासाला सुरूवात केली. दररोजच्या सुसंवादांनंतर जीवा, आता खुप हल्कीफुलकी वाटत होती. आम्ही चोर्ला घाटामध्ये प्रवेश केला. अत्यंत निसर्गरम्य असा हा घाट आहे.

मुसळधार पाऊसामुळे सगळ्या डोंगर दऱ्या हिरवळीने आच्छादलेल्या होत्या. जणू काही प्रकृतिनी हिरवी साडीच नेसली होती. जीवाचा आनंद तर गगनभेदीच वाटत होता. मी लगेच पुटपुटलो, आमच्या जीवाला वर्षा ऋतु म्हणजे परवणीच. त्या जल बिंदुंचा आधार घेत मी ठरवलं, बापडीला 'जल शक्ती' विषयी सांगायचे.

जीवा, पाणी बघितल्यावर, पहिले काय तुझ्या मनात येतं ग? ती त्वरित म्हणाली, 'पारदर्शकता व शुद्धता' बरोबर! पण पाण्याचा सगळ्यात मोठा दुवा म्हणजे त्याचा 'निखळ प्रवाह'. तो प्रवाह तुम्ही स्थगित करू शकत नाही. नद्या, कपाऱ्या, झरे, सागर व महासागर, पाणी हे प्रवाहपूर्णच आहे. ते गढूळ असले तरी उन्माद करत नाही. ते कुठल्याही क्षणी फक्त जात राहतं, देत राहतं, स्वच्छ, सुंदर सृष्टी निर्माण करत रहातं.

मी म्हणालो, माणूस पाण्यासारखा अंतर्बाह्य स्वच्छ, शुद्ध आणि पारदर्शक झाला तर किती मजा येईल? बहुतांशी लोकं हे

आपली मनं, दुःखांनी, अपेक्षांनी, क्रोधानी, लोभानी कलुषीत करून घेतात.

मग, त्यांना आनंदमय, निरागस असं काहीच वाटत नाही. सगळीकडे काळोखच दृष्टीपथात भेडसावतो.

उदा. कुणी आपल्या व्यंगावरून चिडवले तर वाईट वाटते, कुणी चिडून बोललं की रडू येते. जीवा, पण हे लक्षात ठेव की, मी, तुझा आत्मा हा निरंतर व असिमित आहे. मला स्वतःचे रंग, रूप, अंगकाठी असे काही नाही. मी अगदी पाण्यासारखा बिंधास्तपणे तुझ्यामध्ये प्रवाहमय असतो. तुझ्या कुठल्याही शोकानी मी खचून जात नाही. माझे प्रमुख उत्तरदायित्व आहे तुला सतत चैतन्यपूर्ण राहून त्या सच्चिदानंदाचा मार्ग दाखवायचे.

तू जरका या तुझ्या आंतरिक उर्जेवर निष्ठा ठेवलीस तर तुला पण पाण्यात तरंगल्याप्रमाणे वजनहीन वाटेल. तू जलासारखी स्वच्छ आहेस, त्यामुळे त्या सिद्धीची वंदना कर, साध्या साध्या गोष्टीत खचून जाऊ नकोस.

ही स्थिती, आपल्या सगळ्यांना समजून सांगणे कठीण आहे. आपला आत्मा हा दिसत नाही पण सजीव असतो. तो आपण टिपु शकत नाही पण कल्पना करू शकतो. मी (आत्मा) हा आदी पासून अनादि काळापर्यंत आहे आणि असणार. माझं शरीर मर्त्य आहे पण मी अमर्त्य. त्यामुळे, माझ्याशी जितके एकरूप व्हाल, तेवढे स्वतःला ओळखू शकाल, पारखु शकाल.

दुसरी गोष्ट, बाह्य परिस्थिती किती ही बिकट किंवा कठोर असली तरी अंतरआत्म्यात तुला आनंद आणि प्रकाशच दिसेल.

देवानी सगळ्या मानवजातीला आत्मारुपी कवच दिलेले आहे. जो काही गोंगाट तो सगळा बाहेर, आत फक्त, 'स्थितप्रज्ञता व संतोष'.

या स्थितीला जीवा, 'अद्वैत' म्हणता येईल. जेव्हा तू आणि मी वेगळे नाही आणि आपण व परमात्मासुद्धा.

म्हणूनच अध्यात्माचे तत्व नाही का? 'अहं ब्रह्मस्मि.' ब्रह्म म्हणजे सृष्टी, देव, देवता, पशु-पक्षी आणि आपण. जी पंचमहाभूते सृष्टीत आहेत तीच आपल्यामध्ये देखील स्थित आहे. (तेज, वायु, जल, पृथ्वी, आकाश) जो ब्रह्मांडाचा पिंड तोच आपला. जसे ब्रह्मांडातले बदल घडतात, कधी वायु जास्त, तर कधी तेज तसेच आपल्या शरीरात देखील तसेच बदल घडत असतात.

पण, 'अहं ब्रह्मास्मि' ही अवस्था, समर्पणा शिवाय येऊच शकत नाही अग. आज माझे तुझ्या आयुष्यात काय स्थान आहे ते सांगतो. ब्रह्मांडनायकानी मला ही जबाबदारी सोपवली आहे की मी तुला तुझे सुप्त गुण, शक्ती, सिद्धी, आशिर्वादीत गोष्टी दाखवीन. किती तरी जन्मानंतर तुझ्या शरीरात प्रवेश केला आहे. त्यामुळे तू निश्चिंत रहा.

जीवा बराच वेळ स्तब्धच होती. पूर्वीचे सगळे अनुभव जणू विरून गेले. अचानक आपण किती भाग्यवान आहोत हा आभास तिला झाला.

मला म्हणाली, काही झाले तरी दररोज तीन वेळा मी तुझ्याशी संवाद साधणार. स्वतःला व तिच्या आत्म्याला जाणून घेण्याची

धडपड स्पष्ट दिसत होती. आज तिनी लगेच मैत्रिणींना विडीयो कॉल लावला. सगळ्या मैत्रिणी जीवाच्या चेहऱ्यावरचे तेज पाहून प्रफुल्लीत झाल्या.

काय गं जीवा कुठला फेस पॅक लावला आहेस? त्वचा कसली चमकती आहे तुझी. अगं पोरींनो, मी काही फेस पॅक लावलेला नाही कुठला. तुम्हाला हस्यास्पद वाटेल पण हे तेज स्वतः मधला आत्मिक आनंद गवसल्यामुळे आहे.

तिचे ते फोन वरचे संभाषण मी ऐकत होतो आणि मनातल्या मनात उड्या मारत होतो.

आम्हा सगळ्या आत्म्यांना हाच आनंद असतो की आमचे शरीर आम्हाला आदरानी संबोधत आहे किंवा फक्त उपभोग घेण्यात अडकलेले नाही.

जीवा बाबतीत तर हा बदल अमुलाग्र होता. काही महिन्यांपूर्वी तर तिला आत्मा, अध्यात्म वगैरे या गोष्टींचा गंध देखील नव्हता. पण पाऊसात मनसोक्त भिजल्यापासून माझ्याशी सतत संवाद साधून, प्रश्नांचा भडीमार करत ती बऱ्याच अंशी अंतर्मुख झाली होती.

पूर्वी सारखी, छोट्या कारणांनी दुःखी होत नव्हती किंवा सतत कुटुंबाच्या शेजाऱ्यांच्या दबावाखाली रहात नव्हती.

ही प्रगती पाहिल्यानंतर त्या भूतकाळातील घुसमट, यातना सगळं विरून गेलं होतं.

तिला मी पटकन म्हणून गेलो. जीवा आता तुला वर्तमानाची, या क्षणाची ताकद जाणवली ना. भूतकाळाबद्दल दुःख करणं

अथवा भविष्य काळाची चिंता करत बसणं यानी वर्तमान जळून जातो.

परमेश्वरानी मौलिक असा प्रत्येक क्षण दिला आहे. त्याची किमया व शक्ती उमगली की आयुष्य सप्तरंगी धनुष्यासारखं नसलं तरी भासु शकतं? हे आपले भासच नाही का? आजचा दिवस खूप अभद्र आहे किंवा एखादी गोष्ट साध्य झाल्यानंतरच मला खूप आनंद होईल.

या विविध चल आणि क्षणिक अनुभवांमध्ये, अचल आणि अबाधीत काय आहे तर तो 'क्षण' कधी सुखाचा, कधी खिन्नतेचा, कधी आशेचा, कधी समाधानाचा तर कधी तृष्णेचा!

आमची हितगुज ही एका ओतप्रोत ढगाच्या वर्षावा सारखी नादमय होती, भीषण देखील. दाट अंधारानंतरच्या जाज्वल्य सूर्यासारखी.

माझ्या मते आता जीवाला तिच्या, अर्थपूर्ण नावाचा ही उजाळा झाला होता. 'जीव' या संस्कृत नावाचा अर्थ विराट आहे, हे आशिर्वादीत मानवी आयुष्य व त्याची किमया ही आता तिला समजू लागली होती.

ती मध्यान्न अजुन ही माझ्या अवकाशात एक सोनेरी आठवण म्हणून झळकत आहे. प्रत्येक वेळेस निःशब्द माध्यमातून तिच्याशी संवाद साधणं हा एक चमत्कारच नाही का...

एक अद्वितीय ईशकृपा... शरीर व आत्म्याचं नित्य संभाषण!

५. माझी आनंदाची संकल्पना
आत्मा सांगतो जीवाला

आमचा नित्य प्रश्न उत्तरांचा तास बेताळबाटीमला ही चालूच राहिला. तिच्या कानात मी कुजबुजलो, जीवा तुझ्या मित्र–मैत्रिणींनाही विचार की आत्म्या बद्दल त्यांचे काय विचार आहेत? विचारांची देवाण घेवाण होईल, चार नवीन लोकांना या विषयाची उकल होईल आत्मा असतो की फक्त शरीर? बुद्धी असते की शुद्ध अंतरात्मा? असे कठोर प्रश्न विचारणे गरजेचे आहे, नाही का? पूर्वीची जीवा असती तर माझ्याशी वाद घातला असता.

मला टोचणं दिली असती की हे प्रश्न माझ्या हलक्या फुलक्या मित्र–मैत्रिणींना कसे विचारू? पण आता तिच्या मध्ये अमुलाग्र बदल झाले होते. आम्ही साधारण ६ वाजता बेताळबाटीमला पोहोचताच, काहीही कंटाळा न करता, तीने लगेच तिच्या खास मैत्रिणींना व्हिडीयो कॉल लावला. मी अगदी आनंदाने उड्या मारायला लागलो. पण आमचं काम, उड्या कितीही मारल्या तरी उंची कमीच असते, चिमुकल्या बाळा इतकी अर्थात उंची ही आमच्या तेजाची असिमितच. पण मानव प्राण्यास, रूपाची उंची, प्रतिभेची उंची, मालमत्तेची उंची सगळ्यात प्रिय नाही का? पण खरी यशाची पराकाष्ठा म्हणजे तुमचे शुद्ध अंतःकरण, निर्मळ विचार व आचार.

बुधवारी सकाळी सूर्योदय पहायला आम्ही बेताळबाटीमच्या तटावर, एका छोट्या रेस्टॉरंट मध्ये खुर्च्यांवर पाय पसरून बसलो होतो, जीवा एका छान सागवान लाकडाच्या खुर्चीवर व मी तिच्या हृदयाला लोमकळत.

हा समुद्रतट सूर्यास्तासाठी अतिशय प्रसिद्ध आहे. अगदी हमखास असं वाटतं की आपण भारतात नसून पाश्चात्य देशात निर्मळ समुद्राचा आस्वाद घेत आहोत.

जीवाला 'इंग्लीश ब्रेकफास्ट' खूप आवडतो. पूर्वी ती मला काहीच विचारायची नाही, पोटापूर्त खायची ते पण घाबरत घाबरत. आज तिनी आधी मला विचारलं, खाणार का रे हॅश ब्राऊन आणि मशरूम ऑमलेट आणि त्वरित हो म्हणालो. बरं वाटतं ना, आपले ही विचार गृहीत धरल्यावर हे सगळे बदल हर्ष उल्हास द्विगुणीत करणारे होते.

एरवी जीवाला छान रहायला, नटायला आजिबात आवडत नाही. पण आज तिचा उत्साह काही औरच होता. खुप सुंदर, घेरदार असा पांढरा शुभ्र, तिथल्या हवामानाला साजेसा असा सुती गाऊन (झगा) घातला होता. मोकळ्या केसांना एक चमकदार गुलाबी असा हेरबँड लावला होता.

अगदी समुद्र सुंदरी वाटत होती ती. सगळ्यात रमणीय होतं ते म्हणजे तिच्या चेहऱ्यावरच्या खळ्या आणि दिलखुलास हास्य. एवढी लोभस, तेजस्वी ती या आधी कधीच दिसली नव्हती. मी जणू काही स्वर्गातच होतो. मित्रहो, सगळ्या आत्म्यांना असाच अद्वितीय आनंद होतो जेव्हा तुम्ही खऱ्या अर्थानी सुखी आणि

समाधानी असता. तुमच्यातल्या प्रत्येक पेशीवर प्रेम करा. प्रत्येक श्वासाचा नाद ऐका. छोट्या छोट्या यशाचे देखील मुक्त हस्तानी स्वागत करा. आणि सर्वात महत्वाचे तुमचे शरीर, आत्मा आणि परमात्मा हे त्रिकुट विसरू नका.

एवाना, समुद्रात मजा करायची, खेळायची, नाचायची वेळ आली. आम्ही 'जल शक्ती' वर तासंतास गप्पा मारल्या होत्या आणि ते सगळं ज्ञान आणि धारणा, जीवामध्ये सखोल रीत्या प्रतिबिंबित होत होते. समुद्राची लाट दिसताच, तिचा आनंद गगनात मावेना. पाण्याचे ते सगळे दिव्य गुण तिच्या मनात उफाळून आले.

पाण्याकडे बघत आनंदाश्रू तिच्या गालावर टिचकी देऊन गेले. तो बालरूपी निरागसपणा तिच्या व्यक्तिमत्वाचा प्रमुख दागिना आहे.

अनेक वर्षे दाबून टाकल्यानंतर, गेले काही महिने, तो सतत तिच्या वर्तनात नांदत होता.

मला बुआ ती अशीच आवडते, हसरी, साधी, भोळी भाबडी व खेळकर. अनेक लोकांना तिच्या मुळे प्रेरणा मिळू शकते.

बेताळबाटीमच्या आनंदवनात त्या समुद्राच्या सौंदर्याचा, नादाचा मोलाचा वाटा आहे. आत्ता पर्यंत पाहिलेला आणि अनुभवायास मिळालेला सर्वोत्कृष्ट समुद्र तट. असे म्हणतात ना की काही जागा दिव्यत्वासाठीच बनलेल्या आहेत, त्यापैकी हे एक स्थान, आयुष्यभरासाठी माझ्या कृष तनुत घर करून गेले.

दुपारचं कडक ऊन आणि जीवा तटावर, चटईवर मस्त मांडी ठोकून उष्म लहरींचा आस्वाद घेत होती. तिचा नितळ गोरा रंग आता लालसर सावळा झाला होता पण आंतरीक रंग, प्रखर सोनेरी होता. मी ही तीला वारंवार विनंती करत होतो की आता हॉटेलच्या मस्त ए.सी रूम मध्ये जाऊन आराम करू. पण माझी जीवा काही हलायला तयार नव्हती. या क्षणाला मी पण तिचे ऐकले व अद्वैत म्हणजे काय जगणे असते ते कळाले.

त्या जलाशी, वाळूशी, खारट हवेशी ती जणू काही एकरूप झाली होती. पाण्याकडे निवांत पणे बघत होती, परत पाय बुडवून पाण्याचा स्पर्श अनुभवत होती. आणि मी सदैव तिच्या मध्ये स्थित असल्यामुळे या सगळ्या अनुभवांची छाप माझ्या अंतरंगात उठत होती.

म्हणजे फक्त आत्माच मौल्यवान नाही तर शरीर पण तितकेच महत्वाचे असते, तो अध्यात्मिक प्रवास साध्य करायला. हे आमचं नातं किती सखोल आहे आणि अनेक पदर आहेत त्याला. कांदा कसा सोलावा लागतो तसेच माणसाचे प्रत्येक पदर हालक्या हातांनी, बाजुला सारावे लागतात, तेव्हा 'तेजोमय कोष' दिसायला लागतो.

संपूर्ण विश्वामध्ये जल हा एक अतिउर्जेचा, शांतीचा घटक मानलेला आहे. आणि पाण्याच्या या तरल प्रकृतिनी माझ्या जीवा शर्मा मध्ये महाबदल घडवून आणले.

हे सगळे विचार मांडणार तोच जीवा ओरडली, मला काय मस्त वाटत आहे. एवढी उर्जा आधी कधीच जाणवली नाही. तो

'बॅटरीज'च्या जाहीराती मधला 'एनरजाईझर बनी' कसा असतो तसं वाटतय. मी शीलाला फोन करते आणि पुढच्या वेळेस काही करून तिला घेऊनच येते. 'बेताळबाटीम चॅपटर' तिच्या कानावर घातलाच पाहिजे.

पाच दिवसांनी घरी परतायची वेळ आली. परत मुंबईचे धकाधकीचे आयुष्य, आणि परत ते सगळे विचार करताना हॉटेल सोडताना आम्ही दोघेही खुप रडलो. या वेळेस काही तिला लेक्चर दिले नाही खुश रहायचे.

मानवी जीवन काही एककल्ली नाही. आनंद, दुःख, प्रेम, करूणा, क्रोध, मद, मत्सर या सगळ्या अंगांनी युक्त आहे. आणि जास्तीत जास्त, प्रेममय, ज्योतिर्मय, करूणामय रहाणं मोलाचं, व राग, मत्सर, मद मोह, माया,या विविध रिपुं पासून वंचित रहाणे हे अतिशय श्रेयसकर.

६. जग काय म्हणेल ही भीती का संपूर्ण शाश्वती?

सोमवार पासून जीवाचे रूटीन चालू झाले. पहाटे पाचला उठणे, स्वयंपाक करणे, सातची वी.टी. लोकल पकडून वी.टी. ला उतरणे, तिथून चालत सेंट झेवियर्स कॉलेजला जाणे. झेवियर्स हा जीवाचा जिव्हाळ्याचा विषय. तिथूनच तीनी फिलॉसॉफी मध्ये (तत्वज्ञान) मास्टर्स पदवी पद मिळवली होती.

प्रत्येक वर्षी ती वर्गात पहिली येत होती. कुशाग्र बुद्धी आणि तरल मन हे मौल्यवान पैलू तिच्या व्यक्तित्त्वाचे. सुर्वातीपासूनच मुलांना शिकवायची, घडवायची तिची तीव्र अभिलाषा होती.

पदवीधर होताच तिने झेवियर्सला लगेच शिकवायला सुरूवात केली. फिलॉसॉफी हा अत्यंत गहन व गूढ विषय आहे. पण, विविध तत्ववेत्यांबद्दल बोलताना तिचे डोळे चमकायचे, तिला असीम आनंद व्हायचा. तासंतास वर्गात उभ रहाणे हे तिला कदापि कष्टप्रद वाटत नव्हतं. फक्त मुलांना विषय कसा सुलभ रीत्या समजेल हीच तिची धडपड असते.

भारतीय तत्वज्ञान, वैदिक शास्त्र, सनातन धर्म, पाश्चात्य विचारसरणी व भारतीय विचारसरणीतील भेद हे तिचे अत्यंत श्रद्धेचे विषय. संस्कृत सुभाषितांवर तर तिचे जीवापाड प्रेम आहे.

दररोजच्या कॉलेजच्या तासांमध्ये देखिल आता आत्मिक ज्ञान व जिज्ञासेचा भास होऊ लागला आहे. मुलांशी दिलखुलास

गप्पा मारताना, ती म्हणते, ‘‘कुठलं ही ज्ञान, फक्त बुद्धी आणि आकलन शक्तीवर आधारित नसून, आत्म्याच्या देठापासून, प्रेमानी ग्रहण केलं की त्याची जादूच न्यारी असते. तिचे विद्यार्थी अगदी मंत्रमुग्नध होतात तिचे लेक्चर्स ऐकून घरी परतल्यावर लगेच तिच्या आईनस्टाईन आराम खुर्चीवर बसते आणि गरम आल्याचा चहा फुंकर मारत की माझ्याशी संभाषण करायला सज्ज असतात आमच्या जीवा मॅडम.

आमचा हा अनोखा प्रवास, एका दीर्घ अशा सत्रात मांडता येईल. पण माझ्या स्मरणशक्तीच्या ताकदीनुसार आमचे संवाद, विचार विनिमय, मांडण्याचा प्रयत्न करते. ही आमची ‘हितगुज’.

जीवा –माझ्या आंतरिक जीवा (आत्मा)– मी तुझे किती ही आभार मानले तरी कमीच पडेल. तरी पण तू दिलेल्या ज्ञानासाठी आधारासाठी मनःपूर्वक आभार.

आत्मा– मी तुझा तितकाच कृतज्ञ आहे. तू सगळ्या दुःखांना, भ्रमनिरासाला पाठीमागे टाकलं आहेस आणि नव्या जोमानी, जोशांनी आयुष्याकडे पाहत आहेस. हे नसावे थोडके.

जीवा– हो ना अरे! काय मूढ होते मी. कुणीही काही वाईट म्हणलं की मनाला लावून घ्यायचे, तासंतास खट्टू असायचे. पण आता, दीर्घ संघर्षानंतर उमगलं की जो कल्लोळ, निंदा आहे ती बाह्य. अंतरमन हे नितळ, शुभ्र आणि प्रकाशमयच रहात. तुझ्या आधाररूपी उबे मुळे हे शक्य झाले.

प्रत्येक वेळेस इतरांनी त्यांच्या शंका, क्रोध, ईर्षेमुळे मला दोषी ठरवले. नाही नाही ते आरोप माझ्यावर थोपवले, अनेक

मानसिक टोचणं दिली आणि मी बापडी, तेच सत्य आहे हे मानत गेले. जग मला वाईट म्हणालं म्हणून काय मी वाईट ठरत नाही.

आत्मा- शाब्बास जीवा! हेच तर किती वर्षे, बेंबीच्या देठापासून तुला ओरडून सांगत होतो, पण माझा ध्वनी तुझ्या पर्यंत पोहचलाच नाही. जगाला तुझी उर्जा, तुझे विचार मान्य नाहीत याचा अर्थ ते चुकीचे आहेत असे अजिबात नाही. खर तर त्यांच्या संकुचित मनोवृत्तिंमुळे तुला समजण्यात त्यांची गफलत झाली आहे.

जेव्हा तू म्हणायचीस, की मला थोडा एकांत हवा आहे आणि तो क्षण टिपायचा आहे, तेव्हा त्यांनी तू माणूसघाणी असल्याची टोचणं दिली, पण तुला तर फक्त शांतता हवी होती. जेव्हा तू तासंतास, ध्यान लावून, नामस्मरण करत होतीस, अगदी सोळाव्या वर्षापासून, तेव्हा काय तुला अभ्यासापासून व करीयरपासून पळवाट काढायची नव्हती, पण ही लोकं मात्र तू विचित्र आहेस, पोक्त आहेस, या वयात कुणी इतकं देव देव करतं का असे म्हणायचे.

जाऊ दे! तुझं कळीपासून सुगंधीफुला पर्यंत झालेल परिवर्तन त्यांना कुठे उमगत होतं?

मग कित्येक वर्ष झगडल्यानंतर जेव्हा तू वेगळा व्यवसाय करायचा निर्णय घेतलास. माझे कधी नव्हे तर ऐकलस, तेव्हा कित्येक आप्तस्वकियांनी तुझी थट्टा केली. आता हा कुठला नवीन प्रयोग. शिक्षक काय कुणी ही होऊ शकतं. यात काय तू विशेष करणार.

पण, आपल्या दोघांनाही हे व्यवस्थित माहिती आहे की विद्यार्थ्यांना ज्ञान देताना जे समाधान मिळतं ते बाकी कशात नाही.

मोठ मोठे विचारवंत सांगतात की ते कार्य करावं ज्याच्या साठीच तुमचा जन्म झाला आहे. त्याला इंग्रजीत खुप योग्य परिभाषा आहे, 'सोल परपज' आपल्या आत्म्याचा व्यापक हेतु.

जीवा- आता इतकी गंमत वाटते की तेव्हा ओघात घेतलेले निर्णय हे ईशानी निश्चित केले होते. माझ्यासाठीच बनले होते. आणि मला हे सगळं ज्ञान देण्यासाठी, देवानी माझ्या शरीरात तुझी प्रतिष्ठापना केली आहे.

आत्मा- अगदी माझ्या मनातलं बोललीस आत्मा आणि शरीर हे काय विरोधी कार्य करायला निर्माण केलेले नाही. आत्म्याचे कर्मच शरीराला हाथ देण्याचं असतं. जरका शरीर टॉर्च असेल तर आत्मा त्याच्या मधला सेल आहे.

आधुनिक युगात सोशल मिडीया जेव्हा पासून अवतरलंय तेव्हा पासून समाजात अधिक अधिक मान मिळेल, फॉलोअर्स मिळतील, मोठ प्रशंसक मिळतील या गरजा आगी सारख्या पसरत आहेत. पूर्वी फक्त घरच्यांकडून, मित्र-मैत्रिणींकडून अपेक्षा असायचा की आपले लाड व्हावेत, कोड कौतुक व्हावं आता तो दायरा असिमित झाला आहे.

फेसबुक किंवा इनस्टाग्राम वर आपण फोटो टाकला आणि त्याला लाईक्स मिळाले नाहीत की बरेच जण हिरमुसतात. आपण टाकलेला व्हिडिओ लोकांना समजा आवडला नाही की झालं,

नैराश्याचा दरीत ढकलल्या सारखं वाटतं. आपण सुंदरच नाही, मोहक नाही, आपल्यात काही प्रतिभा नाही असे शेकडो नकारात्मक विचार मनावर आक्रमण करतात.

हे जग, त्याच्या गरजा, स्वप्न, आकांक्षा कुठली वळणे घेत आहेत? बरीच तरूण मुलं आत्महत्या करताना आढळतात, आणि कारणं खुप शुल्लक असतात. मी कॉलेज मध्ये प्रसिद्ध नाही, मला ९५% हवे होते पण ९०% मिळाले वगैरे वगैरे.

आपलं कौतुक व्हावं, आपल्याला प्रेम मिळावं या नैसर्गिक गरजा आहेत. पण, एका बाह्य माध्यमाद्वारे आपल्याला प्रतिसाद मिळाला नाही, तर ताण तणावयुक्त होऊन उदासीनतेच्या विहरीत उडी मारणं हे आपल्याला मिळालेल्या अनेक सुप्त गुणांचा, क्षमतांचा व शक्तिंचा घोर अवमान होईल.

हे सगळं टाळण्यासाठी, स्वतःवर प्रेम करणं, निष्ठा ठेवणं, आतल्या संवेदना, निर्देशन याच्याकडे पण तेवढच लक्ष देणं जेवढे आपण भोगाकडे देतो हे सगळ्यात मौल्यवान... एक शांत व समाधानी जगायचं असेल तर.

तीन तासांहून अधिक काळ लोटला होता पण जीवा अजून ही दमली नव्हती. माझ्याशी हितगुज करायला आता तिला दिवस अपुरे पडत होते.

पण हे सगळे विचार, तिलाच नाही तर तुम्हालाही उपयुक्त ठरतील नाही का? एखा गोष्टीची, स्वतःशी अगदी गाठ बांधून ठेवा. कुठले ही बाहेरचे अथवा घरचे लोक, माध्यमे, त्यांनी केलेली अवहेलना, त्यांच्या मते असलेले तुमचे दोष, त्रुटी आणि

त्यातून होणारे तुम्हाला अपरंपार दुःख हे घातक आहे, पण एक लक्षात घ्या, तुमच्या आत्म्याचे तुमच्यावर नितांत प्रेम असतं त्यामुळे त्या शक्तीवर लक्ष केंद्रित करा. प्रत्येकाच्या आत शक्तीचा महासागर आहे, त्याची शीतलता आणि व्यापकता यात विलीन व्हा.

मग जग काय म्हणतं याकडे विनोदा सारखं बघता येईल.

७. आत्मा आणि शरीर - या मध्ये अध्यात्म कसे शोधू?

आता दिवस छोटे होत होते, नाताळ शिखरावर होता आणि मुंबा नगरी समुद्रावर तासंसात शतपावली करण्यासाठी पुरक वाटत होती. जीवा आणि मी (तिच्या आत बसून) आता दररोज, संध्याकाळी मरीन ड्राईववर सातच्या सुमारास चालायला जायचो. व्यायामही व्हायचा व आत्म अध्ययनदेखील करायची मोलाची संधी मिळायची.

पुस्तकांचे अध्ययन ती वर्षांनुवर्षे करीत होती पण स्वतःचे अध्ययन गेल काही महीने जोमाने करायला लागली.

तिचे यक्ष प्रश्न फार गंमतशीर होते! अरे माझ्या आत्म्या, माझे शरीर कुठे संपते आणि तू कधी चालू होतोस? आपण दोघे एवढे भिन्न कसे? मग, मन आणि तुझ्यात फरक काय? या प्रश्नांची उत्तरे देणे हे फार महत्वाचे पण अत्यंत जिकीरीचे होते.

नेहमी प्रमाणे, आम्ही गॅलरीत बसून गोड गप्पा मारायला लागलो. आता, प्रत्येक वेळेस संभाषण साधताना, पूर्वीच्या चर्चांचा उजाळा होत होता. भोगवादापासून स्वयंप्रज्ञेकडे जाताना, जे बदल करायचे आहेत अथवा जे विचार कानावर पडले आहेत त्यांची पुनरावृत्ति होणे हे सगळ्यात श्रेयसकर ठरते. कारण आत्म्याचे बोल मनावर गिरवावे लागतात नित्य, जसे आपण अक्षर शिकताना पाटीवर गिरवतो तसे.

जीवा- कृपया मला सांग, मी कुठे संपते आणि तू कुठे चालू होतोस?

आत्मा- अगं हे काय चित्र नाही की त्याला सीमारेषा आखलेल्या असतात. जसं तुला अधी थोडक्यात सांगितले होते. अंगठ्याच्या पेरा इतका मी, प्रकाशरुपी, हृदयाच्या मागच्या पोकळीमध्ये तुला चिकटून असतो. त्यामुळे तुझं स्थान वेगळे आणि माझं वेगळं असे अजिबात नाही.

जीवा- म्हणजे तू इतका छोटा आहेस की तुझी शरीरयष्टी मोजून, जाणून काय उपयोग?

आत्मा- हे बघ. मला पेरमेश्वरानी आकाराची लवचिकता दिली आहे. मी मुंगीत ही मावू शकतो किंवा अजस्त्र माणसात देखील.

जीवा- मग हृदय आणि तू सारखेच का?

आत्मा- हृदय हा अवयव पृथक आहे पण मी जड नसून परिवर्तित होणारा आहे.

जीवा- खूप गुढ आणि गहन आहे हे सारे? आता सगळ्यात गोंधळात टाकणारा प्रश्न मला कसे कळणार की माझी बुद्धी मला काय निर्णय घ्यायला सांगतीय की आत्मा - अंतरमन?

आत्मा- हा प्रश्न विचारल्याबद्दल तुझं खूप अभिनंदन. मेंदूतून येणारे विचार हे जास्त वास्तवाशी निगडीत आणि प्रॅक्टीकल (वास्तववादी) असतात आणि तर्कांवर किंवा ठोस माहितीवर आधारित असतात. उदा. अनेक लेख वाचल्यानंतर, मित्र-मैत्रिणींशी चर्चा केल्यानं तर ठरवणं की कुठलं क्षेत्र निवडू,

काय विकत घेऊ? याचा उलट आत्म्यातून येणारे विचार, संकेत हे पटकन अदृश्य होणाऱ्या इंद्रधनुष्यासारखे असतात.

ते कुठल्या तर्कावर किंवा मतांवर आधारित नसतात. ते प्रकाशाच्या वेगानी येतात आणि तसेच लोप देखील पावतात. उदाहरण द्यायचं झालं तर आपण अभ्यास करत असतो आणि अचानक मनातला आवाज सांगतो, गणित निवड त्याच्यात यश मिळेल. कुणा नातेवाईकाकडे जातो, मन विचलित होते. अस्थिर होते. वाटतं इथे काही तरी नकारात्मक वाटतयं.

एका परक्या व्यक्तिला भेटतो, पण खात्री पटते, काही भेटीतच की, फक्त या जन्माचे हे नाते नाही. हे ज्ञान, संकेत कुठून येतात? ही आत्म्याची उपज आहे. म्हणून म्हणतो ना कायम आत्म्याचं (थेट) कनेक्शन परमात्म्याशी आहे.

पण तुम्ही काय करता, या आवाजावर विश्वास ठेवत नाही, म्हणता काय शाश्वती, गॅरेन्टी की ते विचार खरेच असतील?

मोठे संत, प्रतिभावान लोकं ही आपल्या आत्म्यांच्या हाकेला उत्तर देत होते. अशा लोकांच्या जीवनात अनेक चमत्कार घडत जे सामान्य लोकांच्या सीमेपलीकडचे आहेत. हे सगळं प्रोग्रॅमींग त्या परमशक्तीनी आपल्या शरीरात तेज कोषात केले आहे. आपल्याला सगळे गोंधळ बाजूला सारून त्या सत्यावर अदृढ विश्वास संपन्न करायला शिकायचा आहे.

हे विचार त्या पोकळी मधून एका हलक्या झुळुकीसारखे येतात पण त्यांचा ओघ खूप सशक्त असतो. त्यामुळे या विचारांना गंभीरतेने घ्या, तुमचं आयुष्य चांगल्या अर्थांनी बदलू शकेल.

आत्मिक जीवन शैलीचे अनेक फायदे जरी असले तरी अनेक लोग या सिद्धांतांवर अजिबात विश्वास ठेवत नाहीत. त्यांच्या मते जे दिसतं तेच असतं. बाकी सगळी मिथ्या. आत्मा लोप पावलेला असतो त्यांच्या शरीरात, आयुष्यात भीती, अनिश्चितता यांनी काहुर माजवलेला असतो.

जीवा– हे कोडं जरा सुटलेच म्हणीन मी. अगदी काही महिन्यांपूर्वी इतके संकेत, विचार तुझ्या मार्फत यायचे, पण मी साशंक असायचे. भेदरलेले असायचे. नक्की समजायचं नाही की काय ऐकू काय सोडू. पण आता आशेचा किरण दिसतो. स्वतःवरचा विश्वास थोडा वाढला आहे. अजुन तर सुरूवात आहे आणि खूप प्रगति करायची आहे या मार्गावर. पण मजा येत आहे, हे सगळं जाणून घ्यायला.

आत्मा – सत्य हे कटू असतं. त्याला कुठले ही तुरे नसतात, आच्छादन नसतं, सुशोभिकरण नसतं. बऱ्याच लोकांना त्यामुळे ते पटत नाही. याचा अर्थ असा नाही की सत्य माहिती आहे म्हणून दुसऱ्यांशी वाईट वागायचे उद्धट पणे बोलायचे. अंतर सत्म्हणजे अधिक नम्र होणे. कोणी रागावलं तर त्याला काही वेळानंतर माफ करणं. खरेतर, 'स्वीकार' म्हणजे अध्यात्म, सगळ्या अनुभवांचा चांगल्या वाईट क्षणांचा.

जीवा – खरच. 'स्वीकार करणं', मुक्त रंगानी, मनःपूर्वक हे मनुष्य गण करतच नाही.

आपण फक्त जे आपल्याला मिळतं त्याची टिका करतो किंवा अजून कसं चांगलं मिळेल हे अंतिम ध्येय मानतो. पण खरी मजा

तर स्वीकारा मध्येच आहे. मग आपल्या पति-पत्नीच्या त्रुटींचा स्वीकार, मित्र-मैत्रिणींच्या चमत्कारीक वागण्याचा स्वीकार, खूप कष्ट करून ही भरगोस यश नाही मिळालं त्याचा स्वीकार.

आत्मा- 'स्वीकार' केला की सगळा ओढा, ताण, राग, लाभ, ईषा एकदम धुम पळून जातात. मग त्रास कसला? त्रास का होता कारण, अपेक्षांचं, रागाचं, खिन्नतेचं १०० कि. वजन असतं मानगुटीवर. ते वजन कसं कमी होईल? याचा उलट अर्थ घेऊ नका. एखादा व्यक्ति खूप त्रास देत असेल तर त्या व्यक्तिला ती जाणीव करून देणं गेरजेचं. पण सतत राग व द्वेष पोटामध्ये ठेवून काहीच फायदा नाही.

जीवा- छान! बर मला आता एक सांग अशा बऱ्याच गोष्टी आहेत ज्या मी या जन्मात शिकले नाही उदा. भविष्य बघणे, किंवा गूढ शास्त्रपण मला सहजपणे अवगत होतं हा चमत्कारच नाही का?

आत्मा- बरोबर. अशा गोष्टींमध्ये पूर्व जन्मीच कर्म कार्यरत असतं. कुठल्या तरी जन्मात तू ज्योतिष शास्त्र किंवा अन्य गुढ शास्त्रांचा अभ्यास केला असशील. ते शरीर मर्त्य पावलं असलं, तरी तो आत्मा प्रवास करून आला आहे. माझ्या मध्ये ते अंतर्ज्ञान किंवा पूर्व जन्मांची संचित कर्म साठून राहतात. चांगली आणि वाईट सुद्धा. जी कर्म तू पूर्व जन्मांमध्ये केली आहेस त्याचा अर्क (उत्तम किंवा भयानक) तुला या जन्मात भोगावयास मिळतो. 'कर्म सिद्धांत' व आत्म्याचा जन्मोजन्मींचा प्रवास ही वैदिक संस्कृतिनी दिलेली सगळ्यात मोठी भेट आहे. चित्रगुप्त देवतेकडे

आपल्या सगळ्या जन्मांचं खातं असतं. कुठल्या जन्मात जेव्हा आपलं शरीर मरण पावतं, तेव्हा चित्रगुप्ताकडचा कर्मांचा अहवाल भगवंत वाचतात, व त्या प्रमाणे आपल्या आत्म्याचा परत जन्म कुठे आहे, किंवा मोक्ष मिळावयास योग्य आहे का ते ठरते.

आता पूर्वी कुठल्यातरी जन्मात तू जे उत्तम कार्य करीत होतीस, ते ज्ञान तुझ्या आत्म्या बरोबर या जन्मात ही आलय.

पुढच्या जन्मात तू या जन्मात केलेली चांगली वाईट कर्म येतील, पण तुझं शरीर वेगळं असेल, पण आत्मा हाच.

काही प्रतिभावान आणि ईश्वराशी जोडले गेलेले लोक, आपला पूर्व जन्म काही अंशाने बघू शकतात.

किती युग प्रवास केल्यानंतर आम्हा आत्म्यांना भगवंताच्या निर्णयानुसारच माणसाचा किंवा पशुचा, वृक्षाचा जन्म मिळतो.

असं म्हणतात की खूप पुण्य केल्यानंतरच मनुष्य जन्म प्राप्त होतो. मग जीवा हा जो जन्म तुला भेट म्हणून मिळालेला आहे, त्याचे पुरेपुर चीज करणे, संवर्धन करणे हे तुझे उत्तरदायित्व आहे, नाही का?

हा प्रवास म्हणजे चिरंतन चैतन्य जे कधी ही लोप पावत नाही, ते चैतन्य रूप जर का माणसांना समजलं, भेटलं तरी आयुष्य हे एक प्रकाशरुपी, आनंदमय स्त्रोतच ठरेल.

८. असिमित शक्यता असतात का?

या अनोख्या प्रवासाबद्दल जाणून घेतल्यावर, एका लहान मुलाला चॉकलेट मिळाल्यानंतर मुल कसं उड्या मारतं, तसा प्रचंड आनंद होतो. आत्तापर्यंत जगलेलं सीमित आयुष्य जे जगाच्या, समाजाच्या रूढींशी, अनिश्चिततेशी निगडीत होते. त्या बेड्या उन्मळून पडल्या. मुक्त पक्ष्यासारखी उंच भरारी घ्यावीशी वाटली.

आयुष्यभर, तू हे करू नकोस? तुला जमेल का? लोक काय म्हणतील? या कॅसेट ऐकूनऐकून वीट आला होता. आमच्या हितगुजीनंतर एक नवी उर्जा रोमारोमात पसरली होती तिच्या (जीवाच्या). सिमित अशा जीवनाचे इतके वर्ष बाळकडू मिळाल्यानंतर, मानवी जीवन हे आशीर्वादीत आहे. असिमित आहे याच्यावर काही वेळ विश्वासच बसत नव्हता.

माणसालाच मनोबल दिलेले आहे देवानी व अपरंपार बुद्धी आणि भावनाप्रोत आत्मा ही. बुद्धी सात्विक भावनांवर हावी झाली की भीती, संशय आणि भेद निर्माण होतो. एखाद्या गोष्टीचा फक्त बुद्धिनी विचार केला तर फक्त लाभ आणि ध्येय संपन्न होतं. पण सात्विक अंतरआत्म्याचे ऐकले, तर त्या कर्माला एक शालीनता, आर्तता येते. उदा. एखाद्या खुप हुषार विद्यार्थ्यांनी दावा केला की माझ्या बुद्धिमुळे माझाच पहिला नंबर आला पाहिजे आणि कोणाला ही अतिरिक्त ज्ञान मिळता कामा नाही.

पण त्याची सद्सद्विवेक बुद्धी जागृत असेल, स्वतःच्या आत्म्याशी सुरेख तादाम्य असेल तर तोच कुशाग्र बुद्धिमत्तेचा मुलगा म्हणेल, ठीक आहे माझा बुद्धिचा माझ्या वर्ग मित्रांना ही उपयोग होऊ देत. फक्त मीच पहिला नंबर मिळवून काय करू? विचार उदार असले की 'वसुधैव कुंटुंबकम्' आम्ही सगळे एक आहोत, ही भावना दर्वळते. पण फक्त अहंकार आणि लोभी वृत्ती असेल तर जग गेले बुडत, मी ठीक आहे ना मग झाल तर.

आधुनिक काळात माणूस हा षड्रिपुंनी ग्रस्त आहे. काम, लोभ, मद, मत्सर, माया, क्रोध या दुष्ट चक्रातून त्याची सुटकाच नाही.

क्रोध– माझ्याशी ते असे वागलेच कसे?

लोभ– माझ्याकडे १०० ड्रेस आहेत, पण आज पार्टीला घालायला काहीच नाही.

मद– मीच सर्वांग सुंदर, माझ्या जवळपास ही कुणी नाही.

मत्सर– ती किती खूष आहे, श्रीमंत आहे, मी का नाही?

काम– शारीरिक भोग फार महत्वाचे अशा लोकांसाठी.

माया– सगळं जग मायामय वाटतं, जास्ती गरजा, कधी न संपणारी हाव.

हे षड्रिपु नियंत्रित ठेवायला सुरूवात केली की तुमची चांगली कर्मे, डिपॉझिट व्हायला सुरू होतात. तुमच्या कार्मिक खात्यामध्ये जेवढे फिक्स डिपॉझिट जास्त, तेवढी परमात्म्याशी मिलन होण्याची संधी जास्त. याला आपण 'मोक्ष' म्हणतो.

परमेश्वर हा त्याच्या भक्ताची तेवढीच प्रेमाने वाट बघत असतो. फक्त भक्ति करून मोक्ष मिळत नाही, आपलं कर्म ही सात्विक लागतं. सात्विक कर्म म्हणजे काही अपेक्षा, ईशा न ठेवता केलेलं कर्म. गीतेतलं ब्रह्मवाक्य आपल्याला ठाऊक आहे. अर्जुना, कर्म कर पण फळाची अपेक्षा मात्र ठेऊ नकोस. (कर्मण्ये वाधिकारस्ये माफले तू कदाचन). सात्विक कर्म म्हणजे मनापासून केलेलं कार्य, फक्त उपाधीसाठी नाही.

शेवटी आशय मांडायचा झाला तर 'असिमित शक्यता' या सतत सात्विक कर्म केल्यानंतर निर्माण होतात. कारण मग परमईशच ते कार्य करून घेतो आणि तुमचे संरक्षण करायला सज्ज असतो.

आत्म्याचे कार्य व परमेश्वराची प्रचिती हे दुवेच खऱ्या निरामय व परमानंदमय आयुष्याचे पाये आहेत.

९. श्रद्धा व समर्पण हेच अंतिम सत्य

सहा महिने उलटून गेले होते. आमची हितगुज दिवसेंदिवस द्विगुणीत होत होती. अगदी प्राथमिक ज्ञान (आपला आत्मा अस्तित्वात असतो) पासून ते गुढ आत्मिक प्रवास, कर्म प्रतिभा, ईश्वरी अधिष्ठान, जल शक्ती, प्रत्येक क्षणाचं महत्व अशा विविध सप्तरंगी पैलू असलेल्या जीवन सत्यावर आधारित अशी आमची हितगुज होती.

आज आम्ही ठरवले की या सगळ्या चर्चेला एक उचित असा निष्कर्ष प्रस्थापित करायचा. मागचे काही महिने आठवले की एक तीन तासाच्या चित्तथरारक चित्रपट डोळ्यासमोर नांदतो. सगळं काही होते या अनेक संवादांत, प्रेरणादायी व्यक्तित्त्वात. आम्ही दोघे ही खऱ्या अर्थांनी मोकळे झालो.

मनावरचे ओझे रीक्त झाले. जेवढी जीवाला माझ्या सांतवनाची, मार्गदर्शनाची आवश्यकता होती तेवढीच मला देखील माझी तत्व, सिद्धांत ऐकून घेणारा आवडीने लक्ष घालणारा जागृक कान हवा होता.

जेव्हा मी सुरवातीला म्हणलं की मी तिचा आयुष्यभराचा सुहृद आहे तसेच ती ही माझी प्रिय सहचरिणी आहे जी तिच्या काये पोटी माझी स्वप्ने, आशा, आकांक्षा सजीव रूपात पूर्ण करते.

या सगळ्या देवाण-घेवाणी मध्ये या नात्याचे सौंदर्य स्थळ म्हणजे 'समर्पण' आणि एकमेकांवर असलेली श्रद्धा.

मानवी संतुष्टी ही समर्पण आणि श्रद्धेवर आधारित आहे. तुमच्या दैनंदिन जीवनात, जेवढ्या श्रद्धेने, झोकून देऊन करूणा भाव ठेवून तुम्ही जीवन जगाल, काम कराल, समाजाशी एकरूप व्हाल तेवढं तुम्हाला जाणवेल की मनाचं समाधान वाढत आहे. आर्थिक वृद्धी झाली नाही तरी.

हे समर्पण परमेश्वराला सर्वात प्रिय आहे. फक्त दुःखात त्याला साकडं घालणे व सुखात त्याला विसरणे, दुर्लक्ष करणे हे भीषण आहे. आपल्याला परमेश्वर नेहमी कळा सोसताना आठवतो, परम यशात आठवतो का? तेव्हा आम्ही उद्गारतो, 'हे यश आमच्या आतोनात परिश्रमांमुळे संपन्न झाले.' तिथे या सृष्टि विधात्याला श्रेय देतो का हो?

'समर्पण' हे सोयीस्कर असू शकत नाही. जीवा ते नित्य व निरंतर असाव लागतं. देव हे म्हणत नाही की, मला देणगी द्या, मला अलंकारांनी सुशोभीत करा, नवस बोला, माझ्याशी व्यवहार करा, 'तू माझी इच्छा पूर्ण केलीस की मी तुला हे देईन.'

तो तुमच्यावर कोपत नाही, कारण त्याचं प्रेम हे अपेक्षार्ह आहे. आपण त्याला काय देणार, ज्यानी ही अविरत प्रकृति घडवली, आपल्या शरीर, मन व आत्म्याला सशक्त केले. आपण त्याला आर्थिक रूपात काहीच देऊ शकत नाही.

काय अर्पण करू शकतो तर फक्त असीम श्रद्धा जी संकटात डगमगत नाही, दुःखाचे डोंगर आले की परमात्म्याला दोष देत

नाही. हे जे काही दुःख आपण भोगत आहोत ते आपल्याच पूर्व जन्मींच्या पापामुळे, गैरव्यवहारांमुळे.

पण या कुकर्मांची शिक्षा ही परमात्मा समर्पण व भक्तिनी सुसह्य होऊ शकते. जेव्हा सृष्टिकर्ता आपले प्रेम, श्रद्धा व हाक ऐकतो, तेव्हा त्याच्या करूणेला ही पाझर फुटतो. तो भक्त जरका दररोज देवाची मनापासून आठवण काढत असेल किंवा मनापासून 'नाम स्मरण' स्तुती करत असेल, भजन कीर्तन करत असेल, या सगळ्या मधला सात्विक व प्रामाणिक भाव महत्वाचा मंदीरात गेल्यावर देवाची सजीव, तेजोप्रज्ञ मूर्ति जेव्हा आपल्या डोळ्यासमोर येत व त्या काही क्षणात जरका आपल्या डोळ्यातून आनंदाश्रु ओथंबु लागले, तर खात्री बाळगावी की त्या अद्वितीय शक्तीशी आत्मिक संपर्क झाला. त्यावेळी आपणच नाही तर तो साक्षात ईश्वर ही तेवढाच भावुक होतो.

हे नाते किती दिव्य आहे, अनाकलनीय आहे. पण याचा दुवा आहे अचल श्रद्धा आणि समर्पण.

हे माझे अंतरसंवाद जीवाच्या कानावर, बुद्धिवर मनावर अभिषेक करत होते. सहा महिन्यातच तिनी काथ टाकली होती. संपूर्ण रूपांतरण झालं होतं, तिचं, तिच्या विचारांचं, अभिलाषांचं, सत्व, रज, तम, गुणांच्या प्रमाणाचं.

या कालावधी नंतर आम्ही दोघं आणखी समीप आलो, खऱ्या अर्थानी एकरूप झालो. प्रत्येक क्षणाचा महिमा तिच्या समोर उलगडायला लागला. 'आत्म अध्ययन' (अध्यात्म या शब्दाच्या अर्थाची थोडी उकल झाली)

या विलक्षण यात्रेची शिदोरी घेऊन तिने आता पण घेतला आहे की तिच्या कॉलेजमध्ये ती 'सुलभ आध्यात्म' हा अभ्यासक्रम घेणार आहे.

तिचे विचार ऐकून, मन शांत, स्थिर व समाधानी झालं. वाटलं - हितगुज केली मी माझ्या शरीराशी, घेतली भरारी तिनी, दिव्य तेजाच्या दिशेशी!

www.ingramcontent.com/pod-product-compliance
Lightning Source LLC
LaVergne TN
LVHW091239150826
845673LV00003B/1225

9798892334181